" निशब्द "

पण तु म्हणतेस म्हणुन नाही ...!

सतीश चौधरी

प्रिय वाचकहो ,

गेली अनेक वर्षे मी कविता लिहित आहे. आज शेकडो, हजारो कवितांचा माझ्याकडे जणू एक महासागर तयार झाला. माझ्या मित्रांनी केलेल्या सुचनांवरुन मी पुन्हा माझे काव्यसंग्रह काढावेत असं ठरवीलं.

माझा पहिला काव्यसंग्रह हा " काव्यांज - पुष्पांज " हा सन २००० मध्ये हसतलिखित स्वरुपाचा होता.

त्यानंतर सन २०१६ मध्ये मी माझा दुसरा काव्यसंग्रह " स्पर्श " हा लिहिला होता.

त्याच्या सुद्धा मर्यादित प्रती काढल्या होत्या. म्हणुन खर्या अर्थाने " नि:शब्द " हा माझा मोठ्या प्रमाणात, मोठ्या मंचावर आणि मोठ्या प्रकाशनाकडून प्रकाशित होत असलेला मोठा काव्यसंग्रह आहे.

माझ्या ह्या सगळ्या प्रवासात मला ज्यांनी ज्यांनी सहकार्य केले त्या माझ्या परिवाराच्या लोकांचे, मित्र मैत्रीणींचे खुप खुप धन्यवाद !!

माझा हा काव्यसंग्रह मी माझे प्रिय मोठे बंधु दिवंगत श्री. रवि भाऊ चौधरी यांना समर्पित करतो.

आपलाच !!

सतिश चौधरी

Satish Choudhari

अनुक्रमणिका

प्रस्तावना ... ix

ऋणनिर्देश, पावती ... xi

नांदी, प्रस्तावना ... xiii

1. जय मराठी.... ... 1

2. पण ... तु म्हणतेस म्हणून नाही...! ... 4

3. बाबा आता नको फाशी !! ... 6

4. तू आहे माझे मन 8

5. समीक्षा ... 10

6. पण होउ दे पागल मला ... 11

7. स्वप्नातला गाव.... ! ... 12

8. पूजा अन पुजारी ... 14

9. ती मैत्री म्हणजे फक्त दगडांची...!! ... 15

10. कोणाच्या पावलांचा .... येतो हा इशारा...!! ... 17

11. अन् माई यंदातरी पोट भरु दे .... तुह्या लेकरांचं... ... 18

12. तुझ्या जगाचा तुच सिकंदर...!! ... 20

13. रूप इथे पावसाचे ..!! ... 22

14. शेवट आहे सुरवातीचा ... 24

15. आली राम्याची बायको ... 25

16. आई गं ...अन.. अरे बापरे ... 26

17. पण हे .. मी म्हणत नाही ... 28

18. क्षितिज हे प्रेमाचं ......! ... 30

19. एकदिवस जनी राया कॉलेजात गेली ... 32

अनुक्रमणिका

20. येगं येगं प्रिये — 34

21. कारण तुलाच शेपटी नाही — 35

22. गाढवाचं लगिन — 38

23. जय जय मायबोली — 40

24. प्रेम कर... ही दुधसाखर....! — 42

25. राघोमैना. — 44

26. वेगळी गोष्ट — 46

27. मायभुमीचा सन्मान आमच्याच हाता — 47

28. त्या सागराची तू लाट नव्हती !! — 48

29. सांग तू ..खरच !! — 49

30. सांग ना प्रिये — 50

31. तळहातांच्या जखमांना — 52

32. आयुष्यात असा एकतरी मित्र असावा — 53

33. मंदिर ... प्रेमाचं — 54

34. बाबांपुढे झुकतो हा दिल्लीचा राजा — 55

35. पाऊस प्रतिक्षेचा — 57

36. भारतीय हीच आपली ओळख ... — 58

37. उगऊ दे सूर्य उद्याचा — 59

38. मा म्हणजे माय अन अम्मा — 60

39. बाप माणूस — 61

40. सोडून जाणे हे तुझे . — 63

41. रमाई .. — 64

अनुक्रमणिका

42. माझी शाळा	66
43. पण नको बनूस गुलाम	68
44. जर रंगच पाहिजे तुम्हाला ..	70
45. थँक्स म्हणायचं राहूनच गेलं	72
46. तू राजीनामा दे	74
47. ती माय असते .. !!	77
48. प्रेम म्हणजे	79
49. अजूनही	80
50. तु मांडलेल्या संसाराची..... !!	82
पण...तु म्हणतेस म्हणून नाही...!	85

प्रस्तावना

काही माणसं कधी कूठून आपल्या आयुष्यात येतात आणि आपल्या
जिवनाला खरंच एक कलाटणी देतात आणि आपलं जिवन
आनंदीमय करतात.

तसंच एक व्यक्तिमत्व म्हणजे आमचे मित्र सतिश चौधरी
होय.

सतिशजी म्हणजे एक कविता करण्याची मशीनच जणु.

त्यांची अगदी शिघ्र आणि काही मिनीटांमध्ये कविता
करण्याची कला

म्हणजे एक चमत्कारीच गोष्ट आहे.

सतिशजी माझे खुप जुने आणि जवळचे मित्र आहेत.

त्यांच्या कवितांनी नेहमीच आमचे मनोरंजन केले आहे

आणि आमच्या भावभावनांना स्पर्शिले आहे. त्यांच्या कविता
रसीकांच्या

मनावर राज्य करतील असा मला पुर्ण विश्वास आहे.

सतिशजींच्या हया काव्यसंग्रहाला माझ्या खुप खुप शुभेच्छा

आणि मला प्रस्तावना लिहिण्याची संधी दिल्याबद्दल

सतिशजींचे खुप खुप आभार !

आपला मित्र

कपिल राऊत,

पुणे मनपा कला आणि क्रीडा अधिकारी

हडपसर, पुणे.

ऋणनिर्देश, पावती

ज्यांनी खुप कष्ट सहन करुन मला घडविले ते माझे आई बाबा.

माझ्या कुटुंबातील सर्व सदस्य तसेच नातेवाईक यांचे खुप आभार !!

तसेच आजवर मला नेहमी प्रेरणा देणारे माझे सर्व मित्र आणि स्नेही यांचेही खुप आभार !!

धन्यवाद !!

सतिश चौधरी

नांदी, प्रस्तावना

माझा मित्र सतीश ज्याला आम्ही प्रेमाने चांद म्हणतो खरंच
तो चंद्रासारखा तेजोमय असून त्याची कल्पनाशक्ती अपार आहे.
त्यानी केलेल्या कविता ह्या संपूर्ण जगाचा, देशाचा ,मानवाचा
,समाजाचा ,हिताचा, गरिबीचा ,श्रीमंतीचा व दारिद्र्याचा आणि
सर्वात महत्त्वाचा प्रेमावर प्रकाश टाकणाऱ्या आहे मी त्याच्या
काव्यसंग्रहासाठी त्याला शुभेच्छा देतो धन्यवाद

तुझा मित्र

मनिष पुंडलिकराव होले

शिवाजीनगर, वरुड

1. जय मराठी....

मराठी रंग मराठी गंध
मायभुमीचा ओला सुगंध
मिसळत आहे पसरत आहे
मराठी बाणा जागवत आहे
स्वराज्य पुन्हा मागत आहे
हा मराठी माणुस जागत आहे
म्हणे एकासुरात हि माती
जय मराठी...जय मराठी...
शिवरायांची किर्ती त्यांच्या
अंगात पुन्हा सळसळते
मायबोली मराठी पुन्हा
गीत स्वराज्याचे गाते
एकच सुर निघत आहे ...
हा मराठी माणुस जागत आहे
म्हणे एकासुरात हि माती
जय मराठी...जय मराठी...
कोंकणी ऐरणी पुणेरी वऱ्हाडी
आमची हि मायबोली
कृष्णा कावेरी वर्धा नर्मदा
आणि ती गोदावरी
एकाच धारेत मिसळत आहे
हा मराठी माणुस जागत आहे....
म्हणे एकासुरात हि माती

जय मराठी...जय मराठी...
ना धर्माचा ना जातीचा
जो मानतो स्वत:ला ह्या मातीचा
जो जगतो मराठी तो मराठी
जो बोलतो मराठी तो मराठी
हा मराठी धर्म पसरत आहे ....
हा मराठी माणुस जागत आहे
म्हणे एकासुरात हि माती
जय मराठी...जय मराठी...
ज्ञानदेव माऊली अन् तुकोबांच्या
अभंगात जन्मली ती मराठी
पु.लं पासुन कुसुमाग्रजांच्या
लेखनीत सजली ती मराठी
हा मराठी झेंडा फडकत आहे...
हा मराठी माणुस जागत आहे
म्हणे एकासुरात हि माती
जय मराठी...जय मराठी...
भिमरायांच्या त्या क्रांतीमध्ये
पेटून उठली ती मराठी
जोतिबांच्या शिकवणीमध्ये
अस्मिता जागली ती मराठी
हा मावळा मराठी पेटत आहे...
हा मराठी माणुस जागत आहे
म्हणे एकासुरात हि माती
जय मराठी...जय मराठी...
एकसंग असावे एकबंध असावे
हे मराठी नाते मनोमनी रुजावे

ह्या भारतमातेच्या लेकरांमध्ये
ह्या महाराष्ट्राचे अव्वल स्थान असावे
ह्या सतिशाला हे वाटत आहे ....
हा मराठी माणुस जागत आहे
म्हणे एकासुरात हि माती
जय मराठी...जय मराठी...
कवी - सतिश चौधरी

2. पण ... तु म्हणतेस म्हणून नाही...!

मी हि ताजमहल
तुझ्यासाठी बांधीला असता
अन् त्यासाठी कुणाचा
बळी घेतला असता ....
पण...तु म्हणतेस म्हणून नाही...!
मजनू बनून मी ही
झालो असतो वेडा
दगड मारले असते मलाही लोकांनी
अन् मग तु मध्ये आली असती...
पण...तु म्हणतेस म्हणून नाही...!
मी पण केले असते सर
शिखर उत्तुंग पर्वतांचे, तुझ्या प्रेमासाठी
मी पण बांधले असते घर
सागराच्या उसळणाऱ्या लाटांवरती ...
पण...तु म्हणतेस म्हणून नाही...!
चिंबचिंब भिजलो असतो
मी हि तुझ्यासोबत पहिल्या पावसामध्ये
ओल्या वाळूवरती मग मी ही
तुझे नाव लिहिले असते.....
पण...तु म्हणतेस म्हणून नाही...!
मी ही तुझ्यासाठी चंद्रतारे आणिले असते
तुझ्या प्रकाशासमोर सगळे

मग मंद मंद वाटले असते.....
गुलाबाची ना सही
झेंडुची फुले मी हि दिली असती
पण...तु म्हणतेस म्हणून नाही...!
एक एक करुन क्षण सगळे
मी हि मोजले असते तुझ्यासाठी...
माझ्या अंगणात येण्याऐवजी
माझ्या अंगणातून जाताना
तुझी वरात मी हि पहाली असती ..
पण...तु म्हणतेस म्हणून नाही...!
हसत हसत डोळे पुसत
मग स्वत:शीच म्हणलो असतो
तु करण्यापेक्षा स्वत:चीच
थट्टा मी केली असती तर.....
पण...तु म्हणतेस म्हणून नाही...!
कवि:- सतिश चौधरी

3. बाबा आता नको फाशी !!

असा कसा बळीराजा माह्या हारून गेला
कोनी नाई पाहत त्याले जिता मरून गेला
मांगल्या वर्षा परिस यंदा बी काय होते
चिंता सदा मनी त्याच्या कायची झोप येते ....
काहून देव बापा असा करून राहिला
पावसाचं बटन दाबाले तू इसरून गेला
शेतीमंधी पिकत नाई कर्ज अभाया एवढं
मातीच्या लेकराले अजुन मारशील केवढं ...
पेरलं त पिकत नाई पिकलं त खपत नाई
कापसाले वाव नाई तुरी ले भाव नाई
हरामी नेते सारे नुसत्या बाता करतात
सत्ताधारी न विरोधी कोल्हेकुई करतात ...
मॉलमध्ये जानारे बी कम नाई काई
फालतूच्या गोष्टिवर पैसे उधळउन येई
शेतकऱ्याच्या भाजीचा करी भाव सतरा वेळा
कोन पाहिल त्याची चूल बंद किती वेळा ...
काय चुकलं देवा त्याच तूच सांग आता
लोकांना खाऊ घालनारा तोच आहे दाता
तरी नशीबी त्याच्या दारिद्र्य का आलं
काहून त्याच्या लेकराईले उपाशी ठेवलं ...
पैसे नाई म्हणून पोराना पुढे शिकवत नाई
काय शेतकऱ्याच्या पोरानी शिकायचं बी नाई

सावकाराच्या कर्जापाई पुरतं जीवन जाई
जहर विकत घ्यायले बी आता पैसे नाई ...
हात जोडून काळ्या आईचा निरोप घेऊन जातो
माह्या लेकराईले पाह्यजो माय ख़ुशी मंधी ठेवजो
मि असेपरेन ति अध्र्या पोटीच राह्याची
मि गेल्यावर तरी त्याईले पोटभर जेवु देजो ...
असा कसा देवा तुले पाझर फुटला नाई
बळीराजा लटकताना तुले दिसला नाई
सर्वांमंधी देव असतो फ़क्त दिसला पाहिजे
मानुसकिला मानुस एकदा भेटला पाहिजे ...
वेळ आली आता बळी राजा जिंकला पाहिजे
सर्वांनी मिळून त्याची साथ दिली पाहिजे
लेकरांनी बी त्याच्या म्हटलं पाहिजे आहे ख़ुशी
बस झालं बाबा आता नको फाशी..
.... आता नको फाशी ...
- सतीश चौधरी

4. तू आहे माझे मन ...

" तू आहे माझे मन...!! "
तू अशी चालली ...जीव माझा जणु चालला ....
....
तू जशी थांबलि ..जीवात जीव माझा आला ....

....
तू आहे आहे माझे मन
हृदयाची तू आहे धड़कन
झाले आहे आता हे जीवन
प्रेमासाठी तुझ्या अर्पण....
सकाळी सकाळी दिसतेस तु
दिवसभर डोळ्यात असतेस तु
संध्येची रजनी भासतेस तू
रात्रीला ही सजनी असतेस तु
मी काय करू सांग आता तु
प्रत्येकक्षणी असते तुझी आठवण
फुलाला कळीला विचार तू
खरा साथी कोणता जाण तु
फूल म्हणती भवरा जातो उडून
काटाच असतो हाथ धरून
फूल काट्याची आपली सोबत ग
समझेल तुला कधी हे बंधन
जगाला कुणाला भितेस तु
जाणून घे स्वतालाच भितेस तु

भीती नाही वाटणार कधी तुला
दे हातात माझ्या हात तु
मी दिवा माझी वात आहे तु
तू आहे तोवर मी जळन ...
तू आहे आहे माझे मन
हृदयाची तू आहे धड़कन
....
-- सतिश चौधरी

5. समीक्षा

समीक्षा करता येते
चुकलेल्या गोष्टींची
पण जणीवपूर्वक केलेल्या
चुकीची समीक्षा कोण
आणि कशी करणार ...
समीक्षा करता येते
तुटलेल्या नात्यांची
पण मुजोर होऊन केलेल्या
अपमानाची समीक्षा कोण
आणि कशी करणार ...
समीक्षा करता येते
भाव अन भावनांची
पण कमजोर झालेल्या
मन मनांची समीक्षा कोण
आणि कशी करणार ...
कवी - सतीश चौधरी

6. पण होउ दे पागल मला

एक एक दगड फेकून मार डोक्यावरती माझ्या
मनात येतील शिव्या दे तू
तोंडावरती माझ्या
पण होउ दे पागल मला
लोक म्हणतील मजनू झाला ...
ये कुत्र्या ये डोम्बळया
आरशात बघून घे तू
कुठून आला मेला साला
काहुन माग लागला
अश्याच गोड़ गोड़ शिव्या दे तू
अड़वु नको मला
पण होऊ दे पागल मला
लोक म्हणतील मजनू झाला ..
ये बंड्या ये सैंड्या ये चंदया ये मंग्या
काहीपण घे नाव तू
नजरेच्या बाणानी कर
काळजावर घाव तू
असच एक एक पाऊल टाक तू
प्रितिच्या वाटेला
पण होउ दे पागल मला
लोक म्हणतील मजनू झाला..
@ सतीश चौधरी

7. स्वप्नातला गाव.... !

स्वप्नातला गाव माझा
आज स्वप्न बनुन गेला
विसरत गेलो, विसरत चाललो
विसरुन गेलो मी त्याला...

स्वप्नांहुनही किती सुंदर
ह्या क्रुत्रिम शहरांपेक्षा
निसर्ग तेथे वास्तव्याला होता
हिरवी हिरवी गार पालवी
नदी नाल्यांची भांडणं होती
मुले ती तेथे झुला झुलवी

सकाळी सकाळी मंदिरात
घंटा वाजत जायची
गाव माझा जागत होता
मंडळी भजन गायची ...

ते रस्ते करड्या मातीचे
खड्ड्यांचे कुठे दगडांचे
पण पावलांना आपले वाटे
मायेच्या पाऊलवाटांचे....

लोकांच्या जगण्यामध्ये

एक वेगळीच तर्हा होती
फाटके होते खिसे जरी
जगण्याची दौलत होती ...

त्याच माझ्या गावाला
सोडुन आलो कधीचा
नौकरीसाठी,पैशासाठी
म्हटलं कधी कधी वेळ काढु
एकदिवस आपल्या गावासाठी

किती वर्ष निघुन गेले
पण तो दिवस आला नाही
गाव माझा बोलावतो आहे
मजला कधीचा...
तो उनाड रस्ता तसाच आहे
माझ्या बालपणीचा...

काहिच नाही बदललं अजुनही तेथे
मी मात्र बदललो...
काल स्वत:मध्ये गुंफलो होतो
आज संसारी गुंफलेलो...

माहित नाही आज तेथे
कसा काय हाल असेल...
स्वप्नांमधला गाव माझा
कदाचीत स्वनांतच दिसेल.....
-- सतिश चौधरी

8. पूजा अन पुजारी

सगळ्यांच्या नशीबी नसत
पूजा करण्याचं ..
सगळ्यांच भाग्य नसत
पुजारी बनण्याचं ...
मंदिरातील पूजा अन
पुजाऱ्याच्या बद्दल नाही
तर गोष्ट त्याची आहे
जो माणूस बनला नाही...
जो माणुसकीला जगला
तोच खरा माणूस बनला
अन जो सगळ्यांना जपला
तोच इथे खरा देव बनला...
माणूस अन देव बनणे सोपे
पण पुजारी बनणे कठीण हे
आई बापाची सेवा हीच ती पूजा
अन ज्याने केली तोच पुजारी
कवी - सतीश चौधरी

9. ती मैत्री म्हणजे फक्त दगडांची...!!

एक एक दगड मोलाचा
तोच दगड नदीचा,नाल्याचा
कधी डोंगरावरचा,कधी पाण्याखालचा
पण माणुस हा कवडीमोलाचा....!

ना त्याला कशाची भ्रांत,ना उसंत
असाच मनी तो सदा अशांत अशांत...
अशात एक हात मैत्रीचा
बनवी त्याला दगड सोन्याचा,चांदीचा...

मैत्रीचा मुलामा कधी पाण्याने निघत नाही
त्याचा रंग अस्सल,कधी बेरंग होत नाही
जो ही दगड उचलला
एक माणुस दबला दिसतो
कधी स्वार्थाचा,कधी परमार्थाचा ...

म्हणुन प्रत्येक दगडाखाली
मित्र भेटत नाही...
मैत्रीचा रंग कसा हा
दगडाचा रंग जसा हा
उन वारा पाऊस कधीच
काहिच त्याचे बिघडवत नाही ...

तो तसाच असतो सदा
जसा असतो आधी तसा
म्हणुन प्रत्येक दगडाचा रंग
काळा असत नाही...
काळा असला तरी
काळाच्या पाण्याने पांढरा होत नाही ...

तशीच असते ही मैत्री..!
काळ कितीही बदलला
तरी ती बदलत नाही
आणि जर बदलली तर...
ती मैत्री म्हणजे फक्त दगडांची...
माणसांची होत नाही.....
-- सतिश चौधरी

10. कोणाच्या पावलांचा ....
येतो हा इशारा...!!

बे धुंद धुंद बे धुंद
आहे आज वारा
लाल मातीच्या कौलारी
घरट्याचा पसारा
कोणाच्या पावलांचा
येतो हा इशारा...
ध ड ध ड धा डा धुम
ध ड ध ड धा डा धुम
आकाशही घाबरलेले
पाहुनी विजांचा नजारा
कोणाच्या पावलांचा
येतो हा इशारा...
पान फुलं गाई गान
दवबिंदु घेई झोके
लटकलेले मोती जसे
ओल्या पानांचा सहारा
कोणाच्या पावलांचा
येतो हा इशारा...
-- सतिश चौधरी

11. अन् माई यंदातरी पोट भरु दे .... तुह्या लेकरांचं...

मांगल्या वर्षी लइ
सोय तुही केली
राबलो ऊन्हीतान्ही
चिखलामंधी नाचलो मी
माह्या बापही तवा
लइ बेरहम झाला
त्यानबी इतकुसाच घास दिला
काही दिवस बरसला
अन् तसाच निघुन गेला....
पन ...माई तवाबी
तुइच माया लागली
थोडिकसी का व्हयेना
माई जवारी तेवढी पिकली
पन यंदा काय व्हते
कोनाले माहित...
यंदा बी माह्या बाप
रागवुन हाय माह्यावर...
भागवुन देतो थोडिसी तहान
अन् मंग मध्येच
मले इसरुन जातो

मांगल्या वर्षी माही पोरं
अध्यर्यापोटीच राह्यची
यंदातरी त्याइले
पोटभरुन जेवु दे...
जसी मले माह्या
लेकरायची चिंता
तसी तुलेबी आहे माई...
आनखी काय बी नाइ
मांगत तुले..
माह्या डोकस्यावरती छत राहु दे..
तुह्या मायेचं...
अन् माई यंदातरी पोट भरु दे
तुह्या लेकरांचं...
-- सतिश चौधरी

12. तुझ्या जगाचा तुच सिकंदर...!!

दु:खाला घे प्रित मानुन

गा एक अबोध अश्रुगान

बिनशर्त प्रेम कर

ह्या जगण्यावर अनंत

जग जिंकुन घे तु सारे

असे कर्म कर कर्मठ होऊन

बनुन दाखव स्वत:ला

तुझ्या जगाचा तुच सिकंदर...

होऊ दे आज आकाशी अशी

तुझ्या किर्तीची एक गर्जना

सुखाच्या ओल्या वाळुवरती

नाव तर सगळेच लिहतात स्वत:चे

पण दु:खाच्या काळ्या धोंड्यावरती

रुप दे तु तुझ्या मुर्तीचे

हरवु नकोस तु कधी स्वत:ला

तुझ्या जगाचा तुच सिकंदर...

मागे वळुनी कधी बघणे नाही

बघितलेच तर कुठे थांबणे नाही

एक दु:ख जिथं शंभर सुख

मग फायदा कशात तुच जाण

म्हणुन दु:खाची साथ कधी सोडणे नाही

आयुष्य हे श्रापित वरदान आहे

श्राप समजुन दे वरदान स्वत:ला
बन... तुझ्या जगाचा तुच सिकंदर...
-- सतिश चौधरी

13. रूप इथे पावसाचे ..!!

रूप इथे पावसाचे
कोणी जाणलेच नाही
आधीचा की परतीचा
हे कुणी समजलेच नाही ...
येताना त्याने सांगितले होते
कोणीच त्याला जाणले नव्हते
आज तो राग व्यक्त करतोय
पण .. का ?
हे कुणी समजलेच नाही ...
माणसाची व्यथा सर्वांना माहीत
पण पावसाला कोण समजणार
तो सांगत आहे सर्वांना तेच की
हे कुणी समजलेच नाही ...
पहाडांची उंची कुणी मोजली नाही
सागराची खोली कुणी जाणली नाही
तरी माणसाच्या दुःख डोंगराला इथे
हे कुणी समजलेच नाही ...
पाऊस जेव्हा बरसतो भावनांचा
तिथे कधी नसतो संयम कुणाचा
पण तो का बरं हो असा बरसतो
हे कुणी समजलेच नाही ...
रूप इथे पावसाचे ...
माणसांच्या भावभावनांचे ...

पण ते का बरसतात उगाच
हे कुणी समजलेच नाही ...
कवी - सतीश चौधरी

14. शेवट आहे सुरवातीचा

विश्वास ह्या मनाचा
एक ध्यास पंढरीचा
निवास ह्या जगाचा
एक श्वास अंतरीचा...
कधी पापण्यांत
दवबिंदु ओलतीचा
भरुन वाहे पाट
कधी थाट जिंदगीचा...
तो हर्ष तो स्पर्श
लवलेश त्या क्षणांचा
नितभर उरलेला
गुलकंद पाकळ्यांचा...
बालपण सुखपण
तारुण्यात वणवण
उतरत्या वयात चढे
चटका मावळत्या उन्हाचा...
एक सत्य नाही असत्य
पण खेळ जीवनाचा
गोल आहे दुनिया सारी
शेवट आहे सुरवातीचा...
कवि - सतिश चौधरी

15. आली राम्याची बायको

आली राम्याची बायको
माहेरचा फंडा घेऊन
खाते नवऱ्याचे दणके
सासुवर काढते फणके.....
आहे डोक्याने सायको
मारेल अंडा फेकून
लावे ओठांना चमकी
नवऱ्याला देते धमकी....
आली राम्याची बायको
हॉरर सिनेमा पाहून
भिती सासूला दाखवे
सासरा स्वतःला चकवे....
आली राम्याची बायको
शिकून डांस डिस्को
कशी नवऱ्याला नाचवी
मोहल्ला दाढी खुजवी.....
आली राम्याची बायको
घेऊन अंगी भवानी
घाले लोटांगण घरा
राम्याच्या डोळ्यात पाणी.....
कवि - सतिश चौधरी

16. आई गं ..अन.. अरे बापरे

ठेच लागली की निघते ते आई गं ..
वाट चुकली की निघते अरे बापरे ..
आईला विचार मुलांच्या आयुष्याचा
बाप विचार करतो त्यांच्या भविष्याचा
आई बाप दोघेही सारखेच असतात
दुःखात मुलांना दोघेही आठवतात
पण दुःख छोटं असलं की आई गं
न दुःखाचा डोंगर म्हणजे अरे बापरे
आईच्या पाठीमागे मुलं लपतात
न बापाच्या छत्राखाली ते जगतात
आईविना सगळे भिखारी असतात
न बापाविना सगळे विखारी बनतात
म्हणून आईचं आई गं जेवढं आहे
तेवढंच बापाचं बाप रे पणही आहे
आईची ममता सदा जीवनभर मिळते
पण बापाचं महत्व तो गेल्यावर कळते
म्हणून आई बापाविना जीवन नसते
जीवनाच्या उतारावर आई च असते
पण जेव्हा पहाडांचे चढणे पुढे असते
तेव्हा बाप नावाची हीच हिम्मत असते
म्हणून आई बापाला जो भी बेईमान
त्याच जीवन हे असते दगडा समान

दगडाला ना आई गं आठवते कधी
ना अरे बापरे म्हणतो तो दुःखात कधी
कवी - सतीश चौधरी

17. पण हे .. मी म्हणत नाही

निष्ठेविना प्रजा ही कधी नसते
अन प्रजाविना राजा ही नसते
पण हे.. मी म्हणत नाही ..
हे तर शिवबा सांगून गेले
देवळात कुठेच देव नसते
तिथे तर पुजाऱ्याच पोट असते
पण हे ..मी म्हणत नाही ..
हे तर गाडगे बाबा सांगून गेले
शिक्षणाविना कधी गती नसते
गतीविना कधीच अर्थ नसते
पण हे ..मी म्हणत नाही ..
हे तर ज्योतिबा सांगून गेले
दुर्बलांना संधी दिल्याशिवाय
समाज कधी एक होत नसते
पण हे ..मी म्हणत नाही ..
हे शाहू महाराज सांगून गेले
क्रांतीविना परिवर्तन हे नसते
परिवर्तनाविना कधी प्रगती नसते
पण हे ..मी म्हणत नाही ..
हे तर बाबासाहेब सांगून गेले
शिव फुले शाहू आंबेडकर आणि
थोर समाजसुधारक गाडगे बाबांनी

जी शिकवण दिली ती मानत नसेल
तर तो समाज सदा अंधारात असेल
हे असे मी म्हणत आहे नेहमी ..
डावलून महापुरुष्यांच्या शिकवणी
जर अंगिकारली नाही त्यांची वाणी
तर समाज कधी सुधारू शकत नाही
हे नेहमी सत्य समजावे सर्वांनी
हे सत्य सांगितले हो महापुरुष्यांनी
पण हे .. मी म्हणत नाही ..
पण हे .. मी म्हणत नाही ..
कवी - सतीश चौधरी

18. क्षितिज हे प्रेमाचं ......!

नाही सांगु शकलो तुला
गोष्ट पानांत लपलेली
नाही विचारु शकलो कधी
प्रश्ने मनात ऊठलेली
आजही मनी विचार येई
अजुनही करत असेल तु
विचार माझ्या वेडेपणाचा
असा कसा बदलुन गेला
हा खेळ सावल्यांचा.......
वाटे दिसत असेल तु
आज चंद्राहूनही चंद्रमौळी
लाजत असेल पाहून आरशात
तेज स्वत:चे प्रेमभोळी
पण नाही करु शकलो कधी
स्तुति रुपाची तुझ्या भावलेली
हळुच वेळ वाळूपरी हातामधूनी
सरकताच संपून गेला
हा खेळ शिंपल्यांचा.......
जीव एकवेशी टांगलेला
सुर्यकिरणांपरी काहूर माजलेला
सकाळी त्या सोनकळ्या वाटे
त्याच दुपारी काट्यांपरी रूते
सांज होताच गुलजार कोमेजलेला

वाटे पुन्हा पून्हा देहामधूनी
हा जीव माझा सांडलेला
रात्र होताच संपून गेला
हा खेळ चांदण्यांचा.......
नाही गाऊ शकलो तेव्हा
गाणी ओठांत दबलेली
नाही पाहू शकलो तुझी
स्वप्ने डोळयांत बसलेली
आज मनात विचार येई
विसरली असेल तु सगळंकाही
संसार सजवूनी सप्तसुरांचा..
पण अधुरा राहून गेला
हा खेळ संगीताचा.......
कवि- सतिश चौधरी

19. एकदिवस जनी राया कॉलेजात गेली

एकदिवस जनी राया कॉलेजात गेली
कॉलेजची दुनिया सारी बदलुनच गेली..
भिंतींना कॉलेजच्या घाम लई आला
रस्त्यांना तिला पाहुन पुर हो आला..
कॉलेजच्या पोट्यांमध्ये स्पर्धा सुरु झाली
सगळीकडे जनीची चर्चा सुरु झाली.......
जनी जशी चाले तिच्या पायी घुंगरु वाजे
तिला पाहणाऱ्याला ती दुरुन पाणी पाजे
अर्काट होती अदा तिची बोल अम्रुतवाणी
ओठांवरती तिच्या होतं नारळाचं पाणी
जनीच्या मागे मागे पोट्टे लई लागे
भाव खाऊन जनी मग पुढे पुढे भागे ......
जनीचे नखरे तसे होते लईच जोरदार
प्रिंसिपल ते चपराशी फ्यान होते तिचे फार ..
अकाऊंटंट आणि लायब्ररियन धडकी मनात घेई
दरवाज्यातला गार्ड पहले तिले सलाम देई..
सगळ्या पोरी आता.... तिला जळु लागल्या
मास्तरीनाही आता तिची ...नक्कल करु लागल्या ...
जनीचा बाप आता चिंतातूर झाला
जनीच्या वागण्याने धडधड होई त्याला
माय तिची म्हणे करुन टाका यंदा
गळ्यात टाका तिच्या आता लग्नाचा फंदा

पण जनी म्हणे फंद्यात ह्या पडणार नाही
अज्जूनतरी तिन बरीस लगीन करणार नाही
एकदिवस जनी राया कॉलेजात गेली
सांज होऊन गेली तरी वापस नाही आली
सगळीकडे धोक्याची घंटा आता वाजली
जनीच्या बापाला तर होश नाही राहिली ..
कोणीतरी हळूच त्याला वार्ता हि दिली
प्रिंसिपलच्या ड्रायव्हरसोबत जनी पळूनच गेली...
प्रिंसिपलच्या ड्रायव्हरसोबत जनी पळूनच गेली...
कवी : - सतिश चौधरी

20. येगं येगं प्रिये

येगं येगं प्रिये
माझे मन तुला पुकारे
देगं देगं प्रिये
नयनांचे इशारे...
रुप तुझे मनी धरले
डोळ्यांनी माझ्या पाणी भरले
डोळे माझे पाणावले
आठवणी ने तुझ्या गं प्रिये....
प्रेम मी खरेच केले
मी गं तुला सारे अर्पिले
रडु नको तु सांगीतले
पण मी ना ते अश्रू रोकले....
ये आता लवकर ये
माझ्या प्रेमाच्या स्वर्गामध्ये
तुझ्यासाठी मी आणियले
श्रावणाचे ते गं झुले....
कवि - सतिश चौधरी

21. कारण तुलाच शेपटी नाही

धरती म्हणे माणसाला
म्हणून तु माझ्या घरातला नाही
कारण तुलाच शेपटी नाही...
असेच कैक वर्षांपुर्वी
तु हमला येथे केला..
मी माझ्या अंगणामध्ये
तुला सांभाळूनी घेतला
पण माझ्याच लेकरांवरती
तु अन्याय सदा केला....
धरती म्हणे माणसाला
म्हणून तु माझ्या घरातला नाही
कारण तुलाच शेपटी नाही...
माझ्या माकडपोरांना
तु पुर्वज स्वत:चे म्हणीला
पण काहिच तुला कसे आठवेना
सगळे तु विसरुन गेला
म्हणे विकासाच्या प्रक्रियेत
तु शेपटी त्यागून गेला.....
म्हणून तु माझ्या घरातला नाही
कारण तुलाच शेपटी नाही...
अशाच एक एक खोट्या
कथा तु रचीत गेला

स्वत:च्या स्वार्थासाठी
इतरांना मारीत गेला
माझ्या सगळ्या लेकरांना
अजुनही शेपटी आहे....
म्हणून तु माझ्या घरातला नाही
कारण तुलाच शेपटी नाही...
किती शांती होती इथे
जेव्हा तु इथे नव्हता
माझ्या अंगावरती हिरवा शालू
अन् अंबर निळा होता
तु आला नी माझ्या जीवनाचा
रंग तु बिघडवून गेला.....
म्हणून तु माझ्या घरातला नाही
कारण तुलाच शेपटी नाही...
माझ्या सगळ्या मुलांना तु
घरातुन पळवून लावले
तेच खरे भुमिपुत्र
पण तु त्यांनाच हाकलून दिले
मुक आहेत माझी लेकरे
म्हणूनच तुला माज चढला...
म्हणून तु माझ्या घरातला नाही
कारण तुलाच शेपटी नाही...
अरे तु तर परग्रही आहेस
जा लवकर सोडून मला
कोण कुठला आहेस तु
फक्त मीच जाणते तुला
म्हणुन एलियंसला शोधतो कुठे..?

तुच तर एलियंस आहे....
म्हणून तु माझ्या घरातला नाही
कारण तुलाच शेपटी नाही...
..... कारण तुलाच शेपटी नाही......
कवि - सतिश चौधरी

22. गाढवाचं लगिन

अठरा वर्षांचा गाढव जुना
अहो पोरगी बघा ना
ह्याचं लगिन कराना
किती टेंशन हो ह्याच्या मना
कुठे जीव लागेना
ह्याचं लगिन कराना
पौर्णिमेच्या चांदण्यात
हा झाडाखाली उभा ना
म्हणे सर्वांना सावलीत या
किती उन्हं तापतयं बघा ना
अशा शहाण्या गाढवाला
अहो पोरगी बघा ना
एवढ मोठं कुरण पाहुनी
चिंता होई त्याच्या मना
किती खायचं आहे अजूनी
म्हणून चरत राहेना
अशा मेहनती गाढवाचे
हात पिवळे करा ना
नमस्कार दोन्ही पायांनी
कसा करतो बघा ना
उभे राहेना मागे कुणी
करे फाइट बघा ना
अशा स्टाइलीश गाढवाला

अहो नवरी बघा ना
किती सहतो हो ह्यो यातना
कोणीतरी समजा हो आता
बिचाऱ्या गाढवाची वेदना
द्या हो प्रेमाची हाक कुणी
त्याला आराम करु द्याना
ह्याचं लगिन कराना
कवि - सतिश चौधरी

23. जय जय मायबोली

अर्धसावळे मर्दमावळे
जात कोळियांची
रक्षण करण्या जातो
माय मराठीची
शुर शिवबाचे
सैनिक हो आम्ही
जय जय मायबोली
जय जय मायभुमी ......
शब्द वेगळे अर्थ मोकळे
बोली वऱ्हाडाची
व्यंजन करते रंजन वाटे
गावरान शब्दांची
खानदेशाची ऐरणी
येते घेऊनी पर्वणी
जुळत जाई मराठमोळी
अलगद हि नाती.....
पुणेकरांच्या बोलीमध्ये
अवीट ही गोडी
कधी ना शंका कुशंका
मनात त्यांच्या हो थोडी
मराठी वैभव दाखवे सदा
कोल्हापुरची लावणी
वाटे मिरची लालतिखट

ही लावण्यवाणी........
मराठीमाय रुप वेगळे
फुलपानांची पाती
पण वात्सल्याचा तिच्या
न तुटे झरा हा दिनराती
एकच आहे मायबोली ही
बोले ओली हि माती
सर्वांसंगे मनरंगे
जीवनगाणे हो गाती........
कवि- सतिश चौधरी

24. प्रेम कर... ही दुधसाखर....!

पर्वतांच्या रांगा त्या

सागराच्या लाटा त्या

म्हणे लाटांवरती बांध एक घर

प्रेम कर... ही दुधसाखर.... !!धृ!!

झुला.... झुला झुलावा

प्रेमाचा तुरा डोलावा

ओला... ओला आहे हा

प्रेमाचा गर्द ओलावा

सांज होइल जशी

आठवण येईल कुणाची तरी

रूप तुझ्या मनी

बसले असेल कुणाचेतरी

आठव तिचा चेहरा डोळे मिटून जरा

आठव त्याचा चेहरा डोळे मिटून जरा

मग तुपण म्हणशील क्षणभर ....

प्रेम कर... ही दुधसाखर....

मेला... मेला आहे हा

मिलनाचा मेला रसीला

प्याला... प्याला आहे हा

मदनाचा प्याला नशीला

घोट घेशील जशी

नशा येईल तुलाही तशी

ओठ ओठांपाशी
थांबून जाईल क्षणांच्यासाठी
थरथर होईल आता अंगामध्ये तुझ्या
सरसर वारा वाहे मनामध्ये आता
म्हणते लाजेने तुझी नजर...
प्रेम कर... ही दुधसाखर....
कवि- सतिश चौधरी

25. राघोमैना.

पोरी गं पोरी रुपाची परी
ऐक तुला मी म्हणतोय हाय
तुह्या मनाले इचारुन पाय
माह्या मनात बसलयं काय...
पोरा रे पोरा लफंट्या चोरा
मस्ती आली काय
माह्या बापाले सांगून पाय
तुह्या मनात बसलयं काय...
लय लय बिघडलं हे डोंबळं कारटं
वाकून बघतया डोळाही मारतं
माह्या जिवाची लोडशेंडींग
ह्याच्या नजरेनं केली हाय.....
लाजवंती गं तु माह्या प्रेमाची मैना
तुह्या राघोची कशी झाली बघ दैना...
माह्या मनाची उनाड कबुतरं
बघं कशी गटरगु करती हाय....
मोकाट रानात गाऊ जोडीनं गाणी
बनवीन तुले मी माह्या मनाची राणी
थोबाडित मारीन माह्या बाप तुले
तोडेल बघ तुह्ये कसे हातपाय....
बापाची धमकी कोणाले देते
तुह्या बापाले भितो काय
एकदा येऊ दे समोर त्याले

बघ कसा मी पळतो हाय.....
पोरी गं पोरी रुपाची परी
ऐक तुला मी म्हणतोय हाय
तुह्या मनाले इचारुन पाय
माह्या मनात बसलयं काय...
कवि - सतिश चौधरी.

26. वेगळी गोष्ट

शिंपले जपणे प्रेमाचे
ही वेगळी गोष्ट आहे
शिंपल्या सारखे जगणे
ही वेगळी गोष्ट आहे ...
वेगळे जग असणे
ही वेगळी गोष्ट आहे
जगावेगळे असणे
ही वेगळी गोष्ट आहे ...
माणूस म्हणून जगणे
ही वेगळी गोष्ट आहे
अन माणुसकी जपणे
ही वेगळी गोष्ट आहे ...
खुप श्रीमंत बनणे
ही वेगळी गोष्ट आहे
मनाने श्रीमंत असणे
ही वेगळी गोष्ट आहे
कवि - सतिश चौधरी.

27. मायभुमीचा सन्मान आमच्याच हाता

भारत ही मायभूमी सर्वांची माय होती
लबाडांनी बिघडवली तिची संस्कृती
पुस्तकांतून नाही तर फिल्म्स मधून
खोटा इतिहास मढवला जात आहे
खऱ्या भारताचा इथे भूगोल बदलून
हिंसेचा महाल घडवला जात आहे
भारताच्या बुद्धांचा तो चेहरा वापरून
आज जगाला मूर्ख बनवलं जात आहे
राजकारण्यांच्या गंद्या राजकारणाने
इथला भारतीय भरडला जात आहे
सर्वधर्म समभाव हे पृथक संविधानाचे
पण संविधान इथे जाळलं जात आहे
कधी नव्हे ती नाचक्की झाली नाही
पंतप्रधान आज कचरा कुंडीवर आहे
हेच भविष्य असेल तर नको कुणाला
सन्मान मायभूमीचा हा प्रिय आम्हाला
तुम्ही तुमचे धंदे इथे बंद करा आता
मायभुमीचा सन्मान आमच्याच हाता
कवि - सतिश चौधरी.

28. त्या सागराची तू लाट नव्हती !!

तुझं ते लपून छपुन बघणं म्हणजे
पहिल्या पावसाची बरसात होती
तुझं ते झुल्यावर झुलनं म्हणजे जशी
मनाच्या हुंदळ्यांची लयलयाट होती
मी दूर जाताना तुझी जी नजर होती
ती जणू एका संध्येचीच पहाट होती
प्रेमही ते तुझे असेच होते तेव्हा भी
जशी नदीला त्या सागराची वाट होती
पण चुकीच्या सागराला तु निवडले
कारण त्या सागराची तू लाट नव्हती
कवि - सतिश चौधरी.

29. सांग तू ..खरच !!

हसता हसता मी पुसला तो
माझ्या आसवांचा रसता
सांग तू.. कधीच त्या रस्त्यावर
गेलीच नव्हती का ??
बघता बघता तु मजाक केली
प्रेमाच्या सगळ्या भावनांची
सांग तू.. खरच त्या भावनांना
जगलीच नव्हती का ??
जगता जगता तू विसरून गेली
त्या हृदयाच्या मृत धडकनांना
सांग तू..खरंच त्या प्रेमाला कधी
आग लावलीच नव्हती का ??
कवी - सतीश गणपतराव चौधरी

30. सांग ना प्रिये

सांग ना प्रिये ..
सांग सांग ना...
प्रेम करणे आहे का गुन्हा..
सावली तु माझी
माझ्या मागे मागे
पावली तु अशी
हि सांज डुबती लागे..
परिक्षा नको घेऊ तु
धीर नको पाहु तु
ह्या चंचल मना ..
सांग ना प्रिये ..
सांग सांग ना...
प्रेम करणे आहे का गुन्हा..
ह्या निर्दयी जगताला
भ्यायचे कशाला
का प्यायचा आपण
विषाचा प्याला...
चिंता नको करु तु
पर्वा नको करु तु
ह्या सहजीवना...
सांग ना प्रिये ..
सांग सांग ना...
प्रेम करणे आहे का गुन्हा..

त्या अस्सल प्रेमाला
गमवायचे कशाला
का दयायचा आपण
हात दुश्मनाला
श्रद्धा नको सोडु तु
कल्पना नको करु तु
ह्या प्रेमाविना....
सांग ना प्रिये ..
सांग सांग ना...
प्रेम करणे आहे का गुन्हा..
कवि-सतिश चौधरी

31. तळहातांच्या जखमांना

तळहातांच्या जखमांना
मलम कसे मी लावू
आठवणींच्या झुल्यांचे
झोके कसे मी थांबवू
प्रेमाची कुठे पंढरी
कुठे प्रेमाचे वारकरी
माझ्या प्रेमाच्या विठुरायाला
कोण्या मंदिरी मी पाहू
ऊन्हातान्हाची पर्वा आता
ह्या वाटेवरती कसली
तुझेच नाम:स्मरण राही
अशी ना भक्ती दिसली
मनाच्या कोऱ्या पानांवरचे
ते नाव कसे मी मिटवू
अंतरंगाच्या खोल दरीतुन येणारे
आवाज कसे मी थांबवू

तळहातांच्या जखमांना
मलम कसे मी लावू
आठवणींच्या झुल्यांचे
झोके कसे मी थांबवू
कवी:- सतिश चौधरी ...

32. आयुष्यात असा एकतरी मित्र असावा

अंधाऱ्या रात्री जणू तो जुगनू असावा
आयुष्यात असा एकतरी मित्र असावा
डुबत्यास काडीचा तो सहारा असावा
बऱ्यावाईट गोष्टींचा तो पहारा असावा
जीवनात दगड धोंडे भेटतील ही खूप
दिशा दाखवेल तो मैलदगड असावा
जगण्याला जो रंग देईल सदासर्वदा
असा एकतरी नभी इंद्रधनुष्य असावा
कस्तुरी सुगंध जसा आसमंत मोहितो
गंध असणारा एकतरी गंधर्व असावा
तू भांडू शकेल ज्याच्याशी मनसोक्त
तरी जाऊ देन यार म्हणनारा असावा
रागाला तुझ्या बर्फापरी थंड करणारा
दुःखाला तुझ्या वाटून घेणारा असावा
तुझ्या जीवनाचे महत्व सांगणारा
अन तुझ्यासाठी आयुष्य जगणारा असावा
आयुष्यात असा एकतरी मित्र असावा...
कवी - सतीश गणपतराव चौधरी

33. मंदिर ... प्रेमाचं

तुझ्या हास्याला माझ्या मनाचा
जीर्णोद्धार तसाच राहु दे कायम
मग तुला भी कळेल हे मंदिर कसलं
महिने अन वर्षानुवर्ष हे कसं खचलं ...
आयुष्य मंदिराची पायरी चढताना
तू विसरली ती पायरी भेटेल पुन्हा
तुला ही गरज राहील त्या पायरीची
तीच मदत करेल तुला तू उतरताना ...
वर जाताना तुझा आवेग मोठा असेल
पण उतरताना तुझा वेग कमी असेल
कारण चढण्याचा नादात दिसत नसत
बस उतरतानाच सगळंच स्पष्ट असत ...
गुंफणार नाही मग ते नात तरी कसलं
प्रेम न विश्वासावीणा... बर ते नसलं
हट्ट भी नसावा जीवनात जी भी कमी
तुटलेल्या मंदिराचा पत्ता असो नेहमी ...
उद्या जाऊन तिथेच नतमस्तक होणे
जीवनाचे खर्चिले अजून ही आठाणे
पूर्ण रुपयाची अजूनही की हो हमी
त्याच मंदिरात दान जाईल तो नेहमी ...
कवी - सतीश चौधरी

34. बाबांपुढे झुकतो हा दिल्लीचा राजा

साधू आणि संत खूप बदनाम झाले
धर्माच्या नावाने त्यांचे खूप नाम झाले
चमत्कार करणारे किती आले नि गेले।
खरे तुकोबा आणि तुकडोजी झाले
पबोधन करणारे संत कितीना माहीत
चमत्कारी बाबा आहेत गल्लोगल्लीत
पूजा तुम्ही खुशाल त्या दगड धोद्यान्ना
पण समजून घ्या आधी गाडगेबाबांना
देवळाचा धर्म अन धर्माची देवळे
वाचा हो आधी प्रभोधन ठाकरेंना
सगळ्या धर्माची लोक आहेत इथे
मग कशाला हट्ट हो धर्माधियांना
मूलभूत प्रश्न कधीच पाहणार नाही
नौटंकी इथे कोणीच सहणार नाही
धर्माचा अवडंबर माजला आहे इथे
तो भोंगा भी सोडणार नाहीच इथे
शिव शाहू फुले आंबेडकरांचा इथे
इतिहास गाढला जातो आहे सरेआम
खरच सांगा की आता तुम्हीच लोक
कसा आहे महाराष्ट्र आपला महान
दिल्ली चे तख्त राखतो महाराष्ट्र माझा
तो विनाकारण नाही रे भावानो असा

शिवशाही ची शिकवण घेऊन रे भावा
बाबांपुढे झुकतो हा दिल्लीचा राजा ...
कवी - सतीश चौधरी

35. पाऊस प्रतिक्षेचा

पाऊस प्रेमाचा बरसून गेला
पण तुझा मोरपिसारा फुलणार कधी
इंद्रधनुही तो तरसून गेला
पण त्याच्या रंगात तु रंगणार कधी..
चंद्रतार्‍यांची वरात आता
ह्या मनात नाचुन गेली...
तुझ्या नजरेची बरसात मला
आज पुन्हा भिजवून गेली
वाराही प्रितिचे गाणे गाऊन गेला...
पण त्याचा सुर तु ऐकणार कधी...
दिवसामागुन दिवस गेले
महिने गेले...किती वर्षही निघुन गेले...
प्रतिक्षेच्या काळरातांनंतर
गुलाबी आगमन तुझे होणार...
रातराणीच्या फुलांनी आसमंत धुंदीला
पण मनपाकळ्यांना तु गंधणार कधी....
कवि - सतिश चौधरी

36. भारतीय हीच आपली ओळख ...

समानतेची तहान मिटवण्यासाठी
मी ओंजळीत माझ्या आणले पाणी
पण बोटांनी च दिला धोका मजला
विरून गेले पाणी माझ्या बोटांमधुनी
धर्मांधतेची ही आग विझवण्यासाठी
मी प्रबोधन केले हो माझ्या कवितांनी
पण धर्मांधतेची नशा एव्हडी होती की
बाहेर आलेच नाही ते ह्या व्यसनातुनी
भोंग्याचा आणि दंग्याचा उत आहे की
'राज 'कारणाचा हा एक भूत आहे की
आपल्या पोरांना समजावून सांगा की
सगळ्यात मोठी असते ती माणुसकी
सगळ्याच रंगाचे फुलं जसे शोभतात
तसेच सगळेच जाती धर्म ह्या देशात
देश हा चालतो आपल्या संविधानाने
आणि आपण भारतीय आहोत मनाने
हिंदू मुस्लिम करणे षडयंत्र हेच आज
राजकारणाचे पाप हे समजतो समाज
एकत्र राहले तर ह्यांचा उतरेलही माज
भारतीयच म्हणा सदा उद्या नी आज

कवी - सतीश गणपतराव चौधरी

37. उगऊ दे सूर्य उद्याचा

उगऊ दे सूर्य उद्याचा
एक नवी पहाट पाहण्याला
अंत पाहू दे काळोखाचा
उद्याच्या नव जीवनाला ..
जन्मू दे वीर सदा इथे
भारतमातेच्या रक्षणाला
अमर आहेत तुझे पुत्र सदा
तोड ना त्यांच्या बलिदानाला ..
ही घटका कपूराची जरी
जळेल त्यांच्या सरणाला
पण सदैव ऋणी राहील ही
मायभूमी त्यांच्या स्मरणाला ...
उगवू दे सूर्य उद्याचा
ह्या देशाला एक करण्याला
येऊ दे इंद्रधनुषी रंग उद्या
तुझ्या त्या नव्या सकाळला ...
कवी - सतीश चौधरी

38. मा म्हणजे माय अन अम्मा

लहानसं बाळ जेव्हा बोलते
तेव्हा म्हणते मा अन ममा ..
आणि गाई च वासरू बोलते
तेव्हा भी ते म्हणते हंबा हंबा
कितीही मोठा असू दे माणूस
जेव्हा आई सोडून जाते तेव्हा
तो पण रडून म्हणतो च की
मा माई का गेली तू आई अम्मा
स्वामी तिनही जगाचा तरी भी
असतोच की आई विना भिकारी
आई असताना नसते कोणती तमा
आई विना कळते हा जीवन सिनेमा
ज्याला असते त्याला कळत नाही
ज्याला नसते त्याला मिळत नाही
आयुष्याचा खर्च तसाच राही जमा
मग कितीभी हाक द्या आई न अम्मा
मा म्हणजे माय अन अम्मा
तुलना नाही तिची चारही धामा
ज्याने जाणले आईला आयुष्यात
उद्धार त्याचा अनेक जन्मो जन्मा
कवी - सतीश गणपतराव चौधरी

३९. बाप माणूस

तुझ्या जन्माची किंकाळी ऐकून
जो आनंदाने हसत रडला होता
ज्याच्या बोटाला धरून तु आधी
टूम टूम चालायला लागला होता
अरे तो बाप होता तो बाप होता
छत बनून नेहमी सारा ऊन वारा
जो तुझ्यासाठी हसत झेलत होता
दुःखांच्या येणाऱ्या लाटांना सदा
जो पहाड बनून सहज झेलत होता
अरे तो बाप होता तो बाप होता
आई ची जेवढी असते आभाळमया
तेव्हडीच असते बापाची पण छाया
जीवनभर जो सदा झिजत होता
जीवनाच्या आकाशी जो सूर्य होता
अरे तो बाप होता तो बाप होता
रडण्याची ज्याला ना परवानगी असते
मोडण्याची ज्याची कधी बानगी नसते
संसारी पावसात जो बस भिजत होता
पोरांसाठी जो चिखलात नाचत होता
अरे तो बाप होता तो बाप होता ...
बापाला माणूस म्हणून पाहिले नाही
त्याचे दुःख कुणी कधी साहिले नाही
आयुष्यात जो पुन्हा का रडला नव्हता

कारण किंकाळीला जो रडला होता
म्हणून तर तो बाप माणूस होता
कवी - सतीश गणपतराव चौधरी

40. सोडून जाणे हे तुझे .

सोडून जाणे हे तुझे
ही एक व्यथा आहे
वळून पाहणे हे तुझे
ही एक कथा आहे ...
जाताना तुझी ठसे
उमटली होती ना ...
त्यांनाच माहीत की
कोणती गाथा आहे ...
नसून भी आहे तू
विसरली दिवस ना
तू पण आठव त्या
जागल्या राता आहे ...
एकदिवस येईल असा
दिसेल तुला तो आरसा
कळेल हे कसले ओझे
सोडून जाणे हे तुझे ...
कवी - सतीश गणपतराव चौधरी

41. रमाई ..

त्यागाची मूर्तिमंत जणू माऊली तु
मायेची अशी एक शांत सावली तु
साऱ्या वंचितांची तू बनली गं आई
उपकार कसे मी विसरू तुझे रमाई
भीम बाबाला तुझीच ती साथ होती
क्रांतिसूर्यांच्या पहाटेची तू रात होती
काळोखातही तू अशी जळली गं आई
उपकार कसे मी विसरू तुझे रमाई
संसार फुलविला तू नेमाने भीमाचा
बाबांची पत्नी तरी ना गर्व कशाचा
कोण असेल तुझ्या सारखी तूच माई
उपकार कसे मी विसरू तुझे रमाई
किती दिवस कधी तू उपाशी राहिली
पण बाबांना कधी तक्रार ना तू केली
बाबांच्या लेखणीची तूच बनली शाई
उपकार कसे मी विसरू तुझे रमाई
तुझे मुलं तू कुर्बान केली समाजासाठी
कवटाळून रडले बाबा राजरत्नसाठी
पदर फाडून वासराला पुरवले गं गाई
उपकार कसे मी विसरू तुझे रमाई
जोवर सूर्य चंद्र आहे आणि हे जग
तोवर बाबा राहील नि तुझी तगमग
तुझ्या कार्याला शतशः नमन आई

उपकार कसे मी विसरू तुझे रमाई
कवी - सतीश गणपतराव चौधरी

42. माझी शाळा

आठवते मला अजूनही ते
जेव्हा माझं पहिलं पाऊल
मी माझ्या शाळेत टाकलं होतं
मनात भीती, डोळ्यात आंसू
अन नाकात शेंबुळ वाहत होत
आठवते मला अजूनही ते
माझ्या सारखे सगळे च होते
शाळेत जाताना ते भी रडत होते
मग हळू हळू सगळं ठीक होतं
पाटीवर पांढऱ्या लेखणीच जातं
आठवते मला अजूनही ते
आमच्या मॅडम च कविता सांगणं
सगळ्यांना कळावी म्हणून गुणगुणनं
सरांचं आमच्या टेबल वाजवून गाणं
सगळ्या वर्गाच मग एकरुप होत होणं
आठवते मला अजूनही ते
हातावर शिक्षा न वर्गाच्या बाहेर
कोंबडा बनून जात होतो असेच
आपल्या सारखे अनेक होतेच
म्हणून खुश व्हायच की लगेच
आठवते मला अजूनही ते
आमच्या मॅडम ची ती सूचना होती
एका मुलीला भारतमाता बनवायचं

म्हणून तिला तस सजवली होती
कारण शाळेची ती प्रभात फेरी होती
आठवते मला अजूनही ते
आम्हाला काही समजत नव्हते
पोहायला नदी वर सगळे गेले होते
अन आमच्या सरांना पाहून तेव्हा
सगळे चड्डी घेऊन कसे पळाले होते
आठवते मला अजूनही ते
जेव्हा सगळे शाळा सोडून जात होते
आमच्या मॅडम न सरांच्या डोळ्यात
आमच्या प्रमाणे च खूप अश्रु होते
शाळे सोबत सगळे च रडत होते
पण शाळा सोडून गेल्यावर कधी
आमच्या मॅडम न सरांच्या विषयी
कधी कोणी काही का बोलत नव्हते
ते रिटायर्ड झाले असतील तेव्हा इथे
आपण पाहिले नाही त्यांचे डोळे रडते
आज माझी शाळा कुठे आहे आता
आज माझी मॅडम न सर कुठे आता
दाटून उर येतो नेहमी च असा पुन्हा
एकदा तरी आयुष्यात भेटू दे त्यांना
माझी शाळा, मित्र आणि गुरुजनांना
कवी - सतीश गणपतराव चौधरी

43. पण नको बनूस गुलाम

तू दगड बन रेती बन
तू माती बन शेती बन
तू झरा बन तलाव बन
पण नको बनूस गुलाम
तू आरसा बन
तू फोटो भी बन
तू वन पण बन
पण नको बनुस गुलाम
तू नेता बन
अभिनेता बन
तू सगळं च बन
पण नको बनुस गुलाम
तू हिंदू बन
मुसलमान बन
आधी माणूस बन
पण नको बनुस गुलाम
तुझी किंमत लावतील
तू विकू नको पण
तू हारशील मनाने
पण नको बनुस गुलाम
तुला करतील बदनाम
तू झुकू नको पण
आवाज ठेव बुलंद

पण नको बनुस गुलाम
जे योग्य त्याला साथ दे
जे चूकिच त्याला लाथ दे
तू तुझा करवीर बन
पण नको बनुस गुलाम
आज जर गुलाम झाला तू
तुझी पिढी भी गुलाम होईल
म्हणून काहीही बन तू
पण नको बनुस गुलाम
कवी - सतीश गणपतराव चौधरी

44. जर रंगच पाहिजे तुम्हाला ..

जर रंगच पाहिजे तुम्हाला
तर घ्या रे भगव्याचा
बुद्धाच्या चिवराचा
त्यांच्या शिकवणुकीचा
शिवरायांच्या स्वराज्याचा
शहिदांच्या बलिदानाचा ...
जर रंगच पाहिजे तुम्हाला
तर घ्या रे निळ्या अभिमानाचा
अन्यायाविरुद्ध च्या आवाजाचा
समानतेच्या त्या चळवळीचा ...
जर रंगच पाहिजे तुम्हाला
तर घ्या रे हिरवा हरित क्रांतीचा
शेतकऱ्यांचा.. त्यांच्या भाजीचा
त्यांच्यावर झालेल्या अन्यायाचा ...
जर रंगच पाहिजे तुम्हाला
तर घ्या रे त्या शुभ्र शांततेचा
जगाला भारतमाता म्हणण्याचा
दुनियेला विश्वगुरु सांगण्याचा ...
जर कोणताच रंग पसंद नसेल
तर कोणत्याचं रंगाला विरोध नको
कारण आधी आपले रंग जाणा
आपण भारतीय आहोत हे माना ...

कवी - सतीश गणपतराव चौधरी

45. थॅक्स म्हणायचं राहूनच गेलं

लडकत अडकत हसत खेळत
ज्या रस्त्यांमध्ये अन गल्लिंमध्ये
मी जसा मोठा होत गेलो रे भाऊ
त्या रस्त्यांना अन गल्ल्यांना एकदा
थॅक्स म्हणायचं राहूनच गेलं ... १
घडलो पडलो पसरलो मी जिथे
त्या माझ्या घरच्या अंगणाला
खोखो कबड्डी अन क्रिकेटच्या
त्या माझ्या खेळाच्या प्रणांगणाला
थॅक्स म्हणायचं राहूनच गेलं ...२
शाळेतल्या त्या माझ्या शिक्षकांना
मला घडवणाऱ्या त्या पुस्तकांना
लहानपणीच्या खोबऱ्या गोळ्यांना
आईच्या हातच्या त्या मऊ पोळ्यांना
थॅक्स म्हणायचं राहूनच गेलं ...३
पुस्तकात ठेवलेल्या मोरपिसाला
दाताने तोडून खाललेल्या उसाला
गावच्या त्या नदीला नाल्याला
जत्रेत मिळणाऱ्या त्या काल्याला
थॅक्स म्हणायचं राहूनच गेलं ...४
घोडा बनून पाठीवर बस म्हणणाऱ्या
अन लगेच आपटून देणाऱ्या मित्राला

भर उन्हातल्या त्या वडाच्या छायेला
चिंचा देणाऱ्या त्या चिंचेच्या झाडाला
थँक्स म्हणायचं राहूनच गेलं ...५
कॉलेज मध्ये क्लास बंक मारून
सिनेमा पाहलेल्या त्या दिवसांना
एकाच कपात चहा पिऊन
अनुभवलेल्या त्या मैत्रीच्या क्षणांना
थँक्स म्हणायचं राहूनच गेलं ...६
आयुष्य बदलणाऱ्या अपयशांना
भेटलेल्या बऱ्या वाईट लोकांना
हिम्मत देणाऱ्या त्या दुःखांना
हळूच झुकलेल्या त्या नजरांना
थँक्स म्हणायचं राहूनच गेलं ...७
गेले ते सोन्याचे दिवस आता
फक्त राहिल्या त्या आठवणी
पण आठवणींना उजाळा देणाऱ्या
त्या सर्व घटनांना एकदा तरी
थँक्स म्हणायचं राहूनच गेलं
थँक्स म्हणायचं राहूनच गेलं ...८
कवी - सतीश गणपतराव चौधरी

46. तू राजीनामा दे

चल देवा आज तुझी
परीक्षा घेतो मी
जर पास झालास तर
तू मागशील ते तुला देतो मी ..
मी ऐकले तुझ्या दरबारातून
कोणी खाली हात जात नाही
असतोस त्यांचा मायबाप
ज्यांच्या डोक्यावर
कुणाचा हात नाही ..
चल आलो मी पण
तुझ्याकडे हात पसरवून
माझे मागणे ऐकून तुझे
देवपण जाऊ नको विसरून...
तुझ्या हाती तर धार धार शस्त्र आहेत
त्याने तू या जातीवादी राक्षसांचा
इथल्या गोर गरीब जनतेचा छळ करणार्‍या पुढार्‍यांचा,
कामगारांच्या पोटावर लाथ मारणार्‍या
भांडवलदारांचा...
जातीवादी शैतानांचा वध कर....
मी ऐकले हा निसर्ग तू घडवलास..?
मग पावसाला जरा समजाव ना
शेतकरी उपाशी मरू लागलाय
त्याचे सहाय्य कर....

त्याची फाटलेली ओंजळ
सुखाने भर....
हाताला काम दे घामाला दाम दे...
जर हे जमत नसेन तर ठीक आहे....
मी ऐकले आहे तू माणसाचा पुनर्जन्म
घडवतोस....?
मग मला तो माझा राजा दे...
जो शेतकऱ्याला कधी उपाशी
ठेवत नव्हता,
हाताला काम अन घामाला दाम
देत होता....
रयतेला स्वाभिमानाची आणि स्वातंत्र्याची आस जो देत होता
...
हो हो...तेच बाबासाहेब दे
मला तो युगपुरुष दे...
जो माणसाला माणसाची
जाणीव करून देत होता
इथल्या जातिभेदाच्या
कचाट्यात गुदमरत असलेल्या
दिन दुबळ्याना नवजीवनाचा
श्वास देत होता....
हो हो ... तेच 'छत्रपती शिवाजी महाराज'
आणि 'विश्वरत्न डॉ.बाबासाहेब रामजी आंबेडकर'.....
बस्स.......
हे दोन योद्धे पुन्हा
पाठवून दे एकदा ....

.

.
जर नाही जमत असेल तुला हे सुद्धा...तर...............
तु राजीनामा दे ।. ..तू राजीनामा दे ..
- सतीश चौधरी

47. ती माय असते .. !!

बंद मुठ्ठी घेऊन जेव्हा
रडत रडत बाळ जन्मा येतं
त्याच्या पहिल्या रडण्यावर
डोळ्यात आनंदाश्रू घेऊन हसते
ती माय असते ..
ती माय असते .. !! १ !!
ठेच लागली भूक लागली
भीती वाटली नाती तुटली
हे जग जेव्हा आपल्यास
असे परके वाटू लागते
तेव्हा फक्त जिचे नाव तोंडी येते
ती माय असते ..
ती माय असते .. !! २ !!
मुलाबाळांसाठी घरासाठी
जी रात्रंदिवस झटते
मुल बिमार असलं की
जी रातभर जागत असते
ती माय असते
ती माय असते .. !! ३ !!
ज्या मुलाबाळांसाठी जिने
जीवनभर कष्ट वेचले असते
तेच तिला सोडून जातात तेव्हा
पतीला समजावून सांगते ..

अहो पाखरांना अडवायचं नसते
अन त्यांची बालपणीची खेळणी
कवटाळून जी रातभर रडत बसते
ती माय असते
ती माय असते .. !! ४ !!
जीवनाच्या रंगभूमीची ती
मोठी कलाकार असते
बाळ माझा दुनियेचा राजा
साऱ्या जगाला सांगत बसते
पण जेव्हा तोच सोडून जातो
तेव्हा पुन्हा रडता रडता जी हसते
ती माय असते
ती माय असते .. !! ५ !!
कवी - सतीश चौधरी

48. प्रेम म्हणजे

प्रेम म्हणजे सुगंध
प्रेम आहे वारा
कोण अडविल त्याला
कुणाचा नाही पहारा...
हे बंधन हे जाळे
कसे पकडतील त्याला
हा संथ सुर छेडित जातो
बंधनांच्या तोडुन तारा...
हि सरिता अथांग वाहे
तिचा प्रवाह सांगत आहे
कैद कसे करणार हे प्रेमजल
तुटेल हर एक बंधारा...
त्याच्या पंखांत आहे
झेप गगनाची
ना थांबेल कधी
अशी गती त्या प्रेमपाखरा...
कवि - सतिश चौधरी

49. अजूनही

डोळ्यांच्या पापण्यात
थोडेसे अश्रू आहेत
सुकलेले अजूनही ...
माहीत नाही
डोळे हसले होते की रडले होते
पण तुझी आठवण येताच
ते आनंदाने हसू लागतात
अश्रूंच्या दवबिंदुंनी
अन तू नाहीस हे कळताच
अश्रू सुकून जातात आठवणींनी
मनाच्या सागरात थोडेसे थेंब आहेत
साचलेले अजूनही ...
माहीत नाही आधी
तुझी आठवण होती की नाही
पण तुला विसरण्याच्या नादात
तू जास्तच आठवते
तुझी आठवण मनाला पुन्हा
सगळं काही विसरायला लावते
तू दूर असूनही जवळच आहे
सांग ना असे का वाटते
ही जवळीक मनाला अशी
सगळ्या दुरींपेक्षा
एवढी का भावते

प्रेमाच्या आकाशात थोडेसे
चमकणारे तारे आहेत
तुटलेले अजूनही ...
माहीत नाही इंद्रधनुष्यात
रंग खरच किती अन कुणाचे
पण जसा ही श्रावण बरसतो
रंग भासतात हे सारेच प्रेमाचे
तुझ्या पावलांचा आवाज
तुझ्या येण्याची खूण करतात
त्यांची झणझण ही मनात
पुन्हा कारंज्यांचे रूप घेतात
रेशमांच्या बंधनात थोडेसे
बंधन आहेत
बांधलेले अजूनही ....
डोळ्यांच्या पापण्यांत थोडेसे
अश्रू आहेत ..
सुकलेले अजूनही ...
- सतीश चौधरी

50. तु मांडलेल्या संसाराची..... !!

तु मांडलेल्या संसाराची आठवण आज आली
माझ्या जीवाच्या सगळ्या चिंधड्या करुन गेली......
हेच का प्रेम असते
नाते दोन्ही जिवांचे
पण एकालाच का मरण असते
मरणाच्या चितेवरती आज
आगही ओरडून म्हणाली
कसे जाळू तुला वेड्यारे
तुझी तर प्रेमात राख झाली....
तुझी तर प्रेमात राख झाली....
तु मांडलेल्या संसाराची आठवण आज आली
माझ्या जीवाच्या सगळ्या चिंधड्या करुन गेली......1
कसे जगावे कशासाठी
का रडावे कुणासाठी
आसवांचे नाते आता
संपले आहे डोळ्यांसाठी
तुला तर तमा ना भासली कशाची
चांदणी माझ्या प्रेमाची
मलाच अंधारात सोडून गेली....
मलाच अंधारात सोडून गेली....
तु मांडलेल्या संसाराची आठवण आज आली
माझ्या जीवाच्या सगळ्या चिंधड्या करुन गेली......2

तुझी वाणी खोट्या शब्दांची

कशाला मी ऐकली होती

तु तर सगळं विकून गेली

ह्या प्रेमाची किंमत अनमोल होती

कुणास ठाऊक तुझी काय मर्जी होती

माझ्या सुखाच्या छायेतसुद्धा

तुझ्या दुराव्याची उन्हं टोचून गेली.......

तु मांडलेल्या संसाराची आठवण आज आली

माझ्या जीवाच्या सगळ्या चिंधड्या करुन गेली......3

काय म्हणावे तुझ्या प्रेमाला

बदलत गेले ते घडीघडीला

चार दिवसही ना वाट पाहिली

जिवनाची तुझ्याही वाट लागली

काय मिळाले आता तुला

एक शब्द तु ना काढीला

मला मात्र मुकं करुन गेली.....

तु मांडलेल्या संसाराची आठवण आज आली

माझ्या जीवाच्या सगळ्या चिंधड्या करुन गेली.....4

कवि:- सतिश चौधरी

पण...तु म्हणतेस म्हणून नाही...!

चिंबचिंब भिजलो असतो
मी हि तुझ्यासोबत पहिल्या पावसामध्ये
ओल्या वाळूंवरती मग मी ही
तुझे नाव लिहिले असते.....
पण...तु म्हणतेस म्हणून नाही...!
   मी ही तुझ्यासाठी चंद्रतारे आणिले असते
तुझ्या प्रकाशासमोर सगळे
मग मंद मंद वाटले असते.....
गुलाबाची ना सही
झेंडुची फुले मी हि दिली असती
पण...तु म्हणतेस म्हणून नाही...!
   एक एक करुन क्षण सगळे
मी हि मोजले असते तुझ्यासाठी...
माझ्या अंगणात येण्याऐवजी
माझ्या अंगणातून जाताना
तुझी वरात मी हि पहाली असती ..
पण...तु म्हणतेस म्हणून नाही...!
   हसत हसत डोळे पुसत
मग स्वत:शीच म्हणलो असतो
तु करण्यापेक्षा स्वत:चीच
थट्टा मी केली असती तर.....
पण...तु म्हणतेस म्हणून नाही...!
    कवि:- सतिश चौधरी